விண்ணில் விண்மீன் ஆயிரம்

தமிழன் தினா

ஏலே பதிப்பகம்

வெளியீடு:
ஏலே பதிப்பகம்
5/175, பாத்திமா நகர்,
கூத்தென்குழி,
திருநெல்வேலி – 627104
தொடர்புக்கு: 9944992571

Published By:
Aelay Publish
5/175, Fathima nagar,
Kuthenkuly,
Tirunelveli -627104
Phone: 9944992571

Design And Executed by

ISBN : 978-93-5533-010-9
Page : 39

முன்னுரை

மங்கையராய் பிறப்பதற்கே நல்ல மாதவம் செய்திட
வேண்டுமம்மா.

-கவிமணி தேசிக விநாயகம் பிள்ளை

இரண்டு பெண்மணிகள் தங்கள் குடும்பத்திற்காக
தங்களது சிறிய இன்பங்களையும் தியாகம் செய்து தங்கள்
குடும்பத்தை பார்த்து கைகொட்டி சிரித்தவர்கள் முன்னாள்
அவர்களே தங்களது குடும்பத்தை பார்த்து
பொறாமைப்படும் அளவிற்கு வாழ்வில் எப்படி முன்னேறி
காட்டினார்கள் என்பதே இந்த கதை. நல்லதொரு குடும்பம்
பல்கலைக்கழகம் என்பதற்கு ஏற்றார்போல பல
உணர்ச்சிகளை இக்கதையில் காண்பீர்கள்.

நன்றியுரை

நமது தொப்புள் கொடி உறவான இலங்கை மண்ணில் பிறந்து, வளர்ந்து தற்போது துபாயில் வேலை செய்துவரும் எனது தோழியின் வாழ்க்கை பயணம் இந்த கதை.அவருடைய கதையை கேட்டு மேலும் எனது சில கற்பனையையும் கலந்து எழுதியுள்ளேன்.தோழியின் வேண்டுகோளுக்கு இணங்க அவர் மற்றும் அவரது குடும்பத்தாரின் உண்மை பெயரை பயன்படுத்தவில்லை.இந்தக் கதையை நான் எழுதுவதற்கான நோக்கம் இதுவரை நான் கண்டும் கேட்ட கதைகளில் இது என்னை மிகவும் கவர்ந்தது ஆகவே இந்த கதை.அவருடைய வாழ்க்கை பயணத்தை என்னிடம் கூறி இதற்கு மேலும் அதை நூலாக வெளியிடுவதற்கும் அனுமதி அளித்த எனது ஆருயிர் தோழிக்கு மனமார்ந்த நன்றிகள்.

இன்னாது இனன்இல்ஊர் வாழ்தல் அதனினும்

இன்னாது இனியார்ப் பிரிவு.

-திருவள்ளுவர்

வந்தால் இளவரசி

தமிழர் வரலாற்றில் பொற்காலமாக கருதப்படும் சோழர்கள் காலத்தில் கடாரம் முதல் கங்கை வரை. மதுரை முதல் ஈழம் வரை ஆண்டுவந்தனர்.அந்தக் காலக்கட்டத்தில் மதுரையில் இருந்து வியாபாரம் செய்வதற்காக கந்தன் ஈழம் சென்றார். அங்கு அவருக்கு ஏற்பட்ட காதலினால் மாரியம்மா எனும் பெண்ணை திருமணம் செய்து கொள்கிறார்.பின் அங்கேயே தங்கி விடுகிறார். அவர்களின் வழித்தோன்றலாக வந்தவர்களின் கதை இது.

1996 ஆம் ஆண்டு

கணவன், மனைவி இருவரும் அமர்ந்து இரவு நேர உணவு அருந்திக் கொண்டிருந்தார்கள்.

ஜெயா,அந்த தயிர் சட்டியை எடு.

இந்தாங்க, ஆ...............ஐயோ!

வயிறு வலிக்குதுங்க..........ஆ !......

இரு, நான் போய் கார் எடுத்துட்டு வரேன்.

சீக்கிரம் வாங்க.

ஜெயா, வா சீக்கிரம் வந்து கார்ல ஏறு.

காரில் ஏறிய பின்னர் விரைவாக கொழும்பு நகரத்தில் உள்ள மருத்துவமனையில் ஜெயாவை பிரசவத்திற்காக சேர்த்தார்கள்.அறைக்கு வெளியில் ஜெயாவின் கணவர்

ரவிச்சந்திரன் பல்லைக் கடித்தபடி பரபரப்புடன் அங்கும் இங்கும் நடமாடிக் கொண்டிருந்தார்.

மிஸ்டர் ரவிச்சந்திரன், உங்களுக்கு பெண் குழந்தை பிறந்துருக்கா!தேவதை மாதிரி இருக்கிறாள்!, என்றார் மருத்துவர் ஜெஸின்.

இரண்டு நாட்கள் கழித்து குழந்தையுடன் வீட்டிற்கு சென்றனர்.குழந்தை தனது இரு கருவிகளையும் உருட்டிக் கொண்டு அங்குமிங்கும் பார்த்த வண்ணம் இருந்தாள்.

ரவிச்சந்திரன் தனது அலுவலகத்திற்கு விடுமுறை விட்டு ஒரு வாரம் ஆகி விட்டது.

ஜெயா, நான் ஆபிஸ் போயிட்டு வர்றேன்.

சரிங்க. வரும்போது எங்க அம்மா அப்பாவ கூட்டிட்டு வாங்க.

ஆம். சரி ஜெயா.

அப்படியே மறக்காமல் பாப்பாவுக்கு நிறைய துணிமணிகள் வாங்கிட்டு வாங்க.

சரி அப்படியே செய்யறேன்.

கார்த்திகா

அடுத்தநாள் காலையில் வெகு விமரிசையாக பெயர் சூட்டும் விழா நடைபெற்றது. குழந்தையானது கார்த்திகை மாதத்தில் பிறந்ததால் ஆகையால் அவளுக்கு கார்த்திகா என பெயர் சூட்டினர். வந்திருந்த உற்றார் உறவினர் அனைவரும் குழந்தையை வாழ்த்திவிட்டு விருந்து உபசரிப்பை முடித்து விட்டு சென்றனர்.

கார்த்திகா தாய்,தந்தையரின் அன்பு அரவணைப்பில் வளர்கிறாள்.ஆண்டுகள் நான்கு செல்ல அவளுக்கு ஒரு சகோதரி மற்றும் ஒரு சகோதரன் கிடைக்கின்றனர். அவர்கள் ரஞ்சன்யா மற்றும் ஜெய தீபன். மூவரும் சீரும் சிறப்புமாக மிக்க களிப்புடன் வாழ்ந்தனர்.

பிள்ளைகள் வளர்கின்றனர் என்றாலே செலவு அதிகரிக்கும் என்பது நாம் அறிந்ததே. தற்போது இதற்காக ரவிச்சந்திரன் ஒரு முடிவு எடுக்க எண்ணினார்.

பாழும் நிலம்

கார்த்திகாவின் தந்தையான ரவிச்சந்திரன் ராட்சத கண்ணாடிகள் விற்கும் ஒரு விற்பனை நிலையம் வைத்திருந்தார். அதில் கிடைக்கும் வருமானத்தை வைத்தே குடும்பம் நடத்தி வந்தார். தற்போது குடும்பம் பெரியதாகி விட்டது. மேலும் பிள்ளைகளை பள்ளியில் சேர்க்க வேண்டும் என்பதாலும் தற்பொழுது வசிக்கும் வீடு போதாது என்றும் ஒரு புதிய வீட்டுமனை வாங்கி அங்கு குடி பெயர்கின்றனர். வீடு மிகவும் அருமையாக இருந்தது. பிள்ளைகள் துள்ளிக் குதித்து விளையாடின.

ஒருநாள் மாலைநேரம் மேல் வானம் கருங்கும் மென்று இருட்டிக்கொண்டு வந்தது. அடுத்த அரை மணி நேரத்தில் பெரும் மழை கொட்டி தீர்த்தது. கார்த்திகாவின் தாயார் ஜெயா, சொட்ட சொட்ட நனைந்தபடி தனது மூன்று பிள்ளைகளையும் தூக்கிக் கொண்டு வீட்டில் இருந்து வெளியே வருகிறார்.தொடர்ந்து தந்தை ரவிச்சந்திரன் முக்கியமான ஆவணங்களை பத்திரமாக ஒரு பெட்டியில் போட்டு எடுத்துக்கொண்டு வெளியே வருகிறார்.

என்ன நடந்திருக்கும் என்று வாசகர்கள் ஊகித்து இருக்கலாம். ஆம் அது போலவே வெள்ளம் வீட்டினுள் புகுந்து விட்டது. நில தரகர் மிகவும் தாழ்வான இடத்தில் உள்ள வீட்டுமனையை ஏமாற்றி விற்று விட்டார்.

சே.......இந்தப் பாழும் நிலத்தில் நாம் வீடு வாங்க வேண்டும்? கொடுமை கொடுமை கொடுமை என்றார்,தாயார் ஜெயா.

சரஸ்வதி தேவி

அந்தப் பாழாய்ப் போன நிலத்தை விட்டு தங்கள் உறவினர் வீட்டிற்கு சென்று சில நாட்கள் வசித்தனர். என்னதான் நெருங்கிய சொந்த பந்தம் ஆக இருந்தாலும் விருந்தும் மருந்தும் மூன்று நாட்களுக்கு தானே! பின்னர் வேறொரு வீட்டிற்கு வாடகைக்கு பெயர்கின்றனர்.

மேற்கூறியவை எல்லாம் ஒருபுறம் நடந்து கொண்டிருக்க மற்றொருபுறம் குழந்தைகள் மூவரும் பள்ளிக்குச் செல்லத் தொடங்கி விட்டனர். கார்த்திகா ஆறாம் வகுப்பு, ரஞ்சன்யா மூன்றாம் வகுப்பு, ஜெய தீபன் முதல் வகுப்பு படித்துக் கொண்டிருக்கிறார்கள்.கார்த்திகா மிகவும் திறமைசாலி, நன்றாக படிப்பாள். தனது பள்ளியில் அனைவருக்கும் நன்கு தெரிந்த பிரபலமாகிவிட்டார். கணிதவியல் பாடத்தில் கார்த்திகாவை அடித்துக் கொள்ள யாருமே இல்லை.

ஒருநாள் கார்த்திகாவின் வீட்டிற்கு அவரது தாயாரின் தோழி வந்தார். அவர் பெயர் டின் சி.

என்ன ஜெயா ? எப்படி இருக்க ?

நல்லா இருக்கேன் டின் சி .

நீ எப்படி இருக்க?

நானும் நல்லா இருக்கேன் டி.

என்ன டின்சி திடீர்னு இந்த பக்கம் காத்தடிக்குது?

சும்மா இந்த வழியாக வந்தேன். அப்படியே உன்னையும் பாத்துட்டு போலாம்னு வந்தேன்.

சரி வா டின்சி சாப்பிடலாம்.

கார்த்திகா, தம்பி பாப்பாவ கூட்டிட்டு வா சாப்பிடலாம். என்றாள் தாயார் ஜெயா.

அனைவரும் அமர்ந்து சாப்பிட்டுக் கொண்டிருக்கையில் வீட்டின் வெளியில் இருந்து உள்ளே வருகிறார் கார்த்திகாவின் அப்பா ரவிச்சந்திரன்.

அண்ணா, வாங்க சாப்பிடலாம் என்றார் டின்சி.

இதோ வரேன் அம்மா.

கார்த்திகா, கல்வி உதவித்தொகை தேர்வு (ஸ்காலர்ஷிப் எக்ஸாம்) எழுதினியே என்னாச்சு? என்றார் டின்சி.

நான் பாஸ் ஆயிட்டேன் அத்தை. அடுத்த மாசத்துல இருந்து நமக்கு பணம் கிடைக்கும்.

ஜெயா, கார்த்திகா சாதாரண பொண்ணு இல்லை அந்த சரஸ்வதி தேவியே வடிவானவளே இருக்கா.

நிறைய பிள்ளைகளால் தேர்ச்சி அடைய முடியாத அந்த தேர்வில் தேர்ச்சி அடைந்து கடவுள் கருணையினால் என்றார் டின்சி.

கஷ்டகாலம்

கார்த்திகா A1 வகுப்பு வந்துவிட்டாள். இலங்கையில் A1 வகுப்பு என்றால் இந்தியாவில் பன்னிரண்டாம் வகுப்பு போல.

நாம் ஏற்கனவே பார்த்திருந்தோம் கார்த்திகாவின் தந்தை ராட்சத கண்ணாடி விற்கும் விற்பனை நிலையம் வைத்திருந்தார் என்று. அங்கு தற்போது இருவர் கண்ணாடிகள் வாங்குவதற்காக வருகிறார்கள். அவர்களைப் பார்த்தால் சிங்களவர்கள் போல இருக்கிறார்கள்.

வாங்க வாங்க உட்காருங்க என்றார் ரவிச்சந்திரன்.

ஐயா , வணக்கம். நாங்க வணிகவளாகம் கட்டிகிட்டு இருக்கிறோம். எங்கு கட்டிடத்தின் முன் மற்றும் பின் சுவரில் வாஅனுயர்ந்த கண்ணாடிகள் பொருத்த வேண்டும். அதாவது 50 மீட்டர் உயரம். உங்களிடம் அந்த உயரத்திற்கு கண்ணாடி உள்ளதா என்று கேட்டார்கள்.

இருக்கிறது என்றார் ரவிச்சந்திரன்.

மூவரும் உள்ளே சென்று கண்ணாடியை பார்த்து விட்டு வந்தனர்.

ஐயா, உங்களுக்கு எத்தனை கண்ணாடிகள் வேண்டும்? என்றார் ரவிச்சந்திரன்.

எங்களுக்கு 20 கண்ணாடிகள் வேண்டும் என்றார்கள் அந்த சிங்களவர்கள்.

20 கண்ணாடிகளின் விலை 10 லட்சம் ரூபாய் என்றார் ரவிச்சந்திரன்.

அந்த இரண்டு சிங்களவர்களும் இரண்டு லட்சம் ரூபாய் முன்பணமாக கொடுத்து விட்டு மீதம் எட்டு லட்சம் ரூபாயை காசோலையாக கொடுத்தனர்.

ரவிச்சந்திரனும் அதை பூரண நம்பிக்கையுடன் பெற்றுக்கொண்டார்.

அந்த இரண்டு சிங்களவர்களும் பணியாட்களை கொண்டு கண்ணாடிகளை தங்களது லாரிகளில் ஏற்றி கொண்டு கிளம்பி சென்றுவிட்டனர்.

அன்றிரவு ரவிச்சந்திரன் வீட்டிற்குச் சென்றார். மூன்று பிள்ளைகளும் தொலைக்காட்சியில் மேதகு பிரபாகரன் மரணம் பற்றிய செய்தியினை பார்த்துக்கொண்டிருந்தனர். இவர்கள் கொழும்பு நகரத்தில் வாழ்ந்து வந்ததால் அங்கு பெரிய கலவரங்கள் ஏதும் இல்லை. ஆனால் தமிழீழமும் பற்றி எரிந்தது. இதை கவலையுடன் தொலைக்காட்சியில் பார்த்துக் கொண்டிருக்கையில் வீட்டின் வெளியில் சிங்கள ராணுவம் ஊர்வலம் சென்று கொண்டிருந்தது. அந்த ஊர்வலத்தின் கோஷங்கள் நாம் வெற்றி பெற்றுவிட்டோம் போன்ற முழக்கங்கள் கேட்டன. இதைக் கேட்டவுடன் காதை பொத்திக் கொண்டு விட்டு வீட்டிற்கு உள்ளே சென்று விட்டனர்.

பின்னர் அனைவரும் மேதகு பிரபாகரனுக்காக மௌன அஞ்சலி செலுத்தினர். பிறகு சாப்பிட அமர்ந்தார்கள்.

கார்த்திகா இந்த வருஷம் A 1 இந்தமுடிக்க போற அடுத்தது பட்டப்படிப்பு தான் என்றார் அப்பா.

இன்னைக்கு ஒரு நாள் மட்டும் 20 லட்சம் ரூபாய் வியாபாரம் நடந்து இருக்கு.இந்த இதை உள்ளவை என்று இரண்டு லட்சம் ரூபாயை ஜெயாவிடம் கொடுத்தார் தந்தை ரவிச்சந்திரன்.

அதை வாங்கி பீரோவில் வைத்து பூட்டிவிட்டார் ஜெயா.

கலைந்த கனவு

அடுத்த நாள் காலையில் காசோலையை எடுத்துக்கொண்டு ரவிச்சந்திரன் வங்கிக்குச் சென்றார். அங்கு அவருக்கு மாபெரும் அதிர்ச்சி காத்திருந்தது. அந்த காசோலை செல்லவில்லை. அது போலியான காசோலை. மேலும் அந்தக் காசோலையில் உள்ள வங்கிக் கணக்கு என்னும் போலியானது. மிக்க மன வேதனையுடன் வெளியில் வந்தார் ரவிச்சந்திரன்.

என்ன செய்வதென்றே புரியவில்லை. தட்டுத்தடுமாறி ஒருவழியாக வீட்டிற்கு வந்து சேர்ந்தார். நடந்தவற்றை தெரிவித்தார். அனைவரும் கவலையில் ஆழ்ந்தனர்.

கார்த்திகாவின் பட்டப் படிப்பு கனவு கலைந்தது எண்ணி விம்மி விம்மி அழுதாள்.

ஆனால் தாயார் ஜெயாவை மனம் தளரவில்லை.

நாம் ஏன் அழ வேண்டும் நம்மை ஏமாற்றி அவனை இறைவன் பார்த்துக் கொள்வார் என்றார். அனைவருக்கும் தேறுதல் கூறினார்.

தாயா? தாரமா?

இந்த ஏமாற்றத்தால் ரவிச்சந்திரன் குடிக்க ஆரம்பித்தார். பிறகு குடிக்கு அடிமையாகி விட்டார். இதனால் உடல் நலிவுற்றுபோனார். இதனால் குடும்பத்தில் பொருளாதார சிக்கல் ஏற்பட்டது. பொருளாதார சிக்கலை சமாளிக்க ஜெயா வேலைக்கு செல்லத் தொடங்கினார்.

பிள்ளைகள் பள்ளிக்குச் சென்று விட, ஜெயா வேலைக்குச் செல்ல, ரவிச்சந்திரன் மட்டும் வீட்டில் இருந்தார். மதிய வேளையில் ஒரு மூதாட்டி வந்து அவரை எங்கேயும் அழைத்துச் சென்றுவிட்டார்.

மாலையில் பிள்ளைகள் பள்ளியில் இருந்து வந்து வீட்டில் பார்த்தால் அப்பாவை காணவில்லை. சிறிது பதைபதைப்புடன் இருந்தனர் குழந்தைகள்.

வேலை முடிந்து ஜெயா வீடு திரும்புகிறார். பிள்ளைகள் நடந்த சம்பவத்தை தெரிவிக்கின்றனர்.

ஜெயா பிள்ளைகளின் கையை பிடித்துக் கொண்டு விறுவிறுவென நடக்க தொடங்கினாள்.

கிட்டத்தட்ட முக்கால் மணி நேரம் கொழும்பு நகர வீதிகளில் நடந்த பின்னர் ஒரு வீட்டை அடைகின்றனர். அங்கு ரவிச்சந்திரனும் அந்த மூதாட்டியும் இருக்கின்றனர்.

அந்த மூதாட்டி யார் என்பதை வாசகர்களுக்கு சொல்ல கடமை பட்டிருக்கிறோம். அந்த மூதாட்டியின் பெயர் ஜானகி, ரவிச்சந்திரனின் தாயார். ரவிச்சந்திரன் மற்றும் ஜெயாவும் காதல் திருமணம் செய்து கொண்டதால் அவருக்கு பிடிக்கவில்லை.. மேலும் தான் பார்த்த பெண்ணை ரவிச்சந்திரன் கல்யாணம் செய்து கொள்ளவில்லை என்பது ஜெயாவின் மீது வெறுப்பை ஊட்டியது.

ஆகையால் அவர்களுடன் எந்தத் தொடர்பும் இல்லாமல் இருந்தார்.ஆனால் தற்போது மகன் குடிக்கு அடிமையான விஷயம் தெரிந்து மகனைக் கூட்டிக்கொண்டு வந்து விட்டார் அந்த மூதாட்டி ஜானகி.

ஜானகி, ஜெயாவை முறைத்தபடியே வெறித்துப் பார்த்துக் கொண்டிருந்தார்.அவருடைய பார்வையில் குரோதம் நிறைந்து காணப்பட்டது.பார்வையிலேயே எரிப்பது போல் அந்தக் குழந்தைகளையும் பார்த்தார்.

குழந்தைகள் அந்தக் கிழவியின் பார்வையைக் கண்டு நடுங்கி விட்டனர்.

ஏங்க, வாங்க வீட்டுக்கு போகலாம் என்றாள் ஜெயா.

பிள்ளைகள் அப்பா வாங்க வீட்டுக்கு போகலாம் என அழுதன.

அவன் வரமாட்டான். என் கூட தான் இருப்பான்.நீங்க வெளிய போங்கடி நாய்களா என்றார் ஜானகி.

ரவிச்சந்திரன் நிதானமற்று இருப்பதால் அவர் வாய் திறந்து எதுவும் பேசவில்லை.

ஜானகி கிழவி காட்டு கத்து கத்தி வெளியே போங்கடி நாய்களா என்றார்.

ஜெயா தனது பிள்ளைகளை கூட்டிக் கொண்டு நள்ளிரவு வேளையில் மீண்டும் முக்கால் மணி நேரம் கொழும்பு நகர வீதிகளில் இடையே நடந்து வீட்டிற்கு வந்து சேர்ந்தனர்.

தாயா? தாரமா? என்கிற கேள்வியில் ரவிச்சந்திரன் யாரும் முடிவும் எடுக்கவில்லை.

பிள்ளைகள் களைப்புடன் இருந்ததால் படுத்தவுடன் உறங்கிவிட்டனர்.

ஆனால் ஜெயாவுக்கு உறக்கம் வரவில்லை நடந்தவற்றை நினைத்துக் கொண்டு கவலையில் வாழ்ந்து கொண்டிருந்தார்.

கணவர் நம்முடன் மீண்டும் வருவாரா வரமாட்டாரா?

நம் பிள்ளைகளை பார்ப்பாரா பார்க்க மாட்டாரா?

அவரது அம்மா அவருக்கு வேறு கல்யாணம் பண்ணி வைத்துவிடுவாளா ?

ஏன் அவர் இப்படி ஆகிவிட்டார்?

மனமிரங்கி நம்முடன் மீண்டும் வர மாட்டாரா?

போன்ற கேள்விகளால் தூக்கமின்றித் தவித்துக் கொண்டிருந்தார் ஜெயா.

கல்லூரி சாலை

கார்த்திகா A1 முடித்து விட்டால். பட்டப்படிப்பு படிக்க பணம் நிறைய தேவை என்பதால் தொழிற்கல்வி (Diploma) படிக்க வைக்கிறார் தாயார் ஜெயா.

முதல் நாள் வகுப்புக்கு செல்கிறாள் கார்த்திகா. முதன் முதலாக கல்லூரிக்குச் செல்வதால் ஒரு பதட்டத்துடன் செல்கிறாள். அந்தப் பதட்டத்தில் கல்லூரிக்கு செல்வதில் சிறிது தாமதமாகி விட்டது ஆகையால் விரைவாக செல்கிறாள்.

கார்த்திகா டிப்ளமோ மனிதவளம் மற்றும் நேரம் மேலாண்மை இரண்டு ஆண்டுகள் நன்றாக படித்து முடிக்கிறாள்.

இதற்கிடையில் ஆங்கில வகுப்புகளுக்குச் சென்று ஆங்கிலமும் நல்லபடியாக கற்றுகொள்கிறாள்.

தனி உலகம்

நாம் குடும்ப பிரச்சினைகளை கவனித்ததில் குழந்தைகளை மறந்து விட்டோம்.சரி இப்போ பார்ப்போம். என்னதான் குடும்பத்தில் சண்டை, சச்சரவுகள் இருந்தாலும் குழந்தைகளின் உலகம் தனி உலகம் தானே. பிள்ளைகள் மூவரும் பள்ளிக்குச் செல்லும் போது தாயார் ஜெயா தலா இரண்டு ரூபாய் கொடுப்பார். பிள்ளைகள் அதை வாங்கிக் கொண்டு மகிழ்ச்சியாக பள்ளிக்கு செல்வார்கள். பள்ளி முடிந்து வெளியில் வந்து குச்சி ஐஸ் வாங்கி கொண்டு சப்பிக் கொண்டு வருவார்கள். மீதமுள்ள பணத்தில் பொரி உருண்டை வாங்கி வைத்துக் கொண்டு வருவார்கள்.

ஒருநாள் தந்தை அவர்களை பள்ளியில் இருந்து வீட்டிற்கு அழைத்து சென்றால் போதும் பண்ணாத அட்டகாசம் பண்ணி வைப்பார்கள்.. சைக்கிளில் முன்னால் உள்ள கம்பியில் ஜெய் தீபனும், சைக்கிள் சீட்டில் அப்பாவும், பின்னாடி உள்ள கேரியரில் ரஞ்சன் யாவும் கார்த்திகாவும் அமர்ந்து உலா வருவார்கள். ஜெய தீபன் சைக்கிள் பிள்ளை விடாமல் அடித்துக் கொண்டு வருவான். ரஞ்சன் யாவும் மற்றும் கார்த்திகாவும் பாடல் பாடிக் கொண்டு வருவார்கள்.

வீட்டிற்கு வந்தபின் அம்மா காபி போட கையில் வெள்ளத்தை வைத்துக்கொண்டு,

அம்மா.................மா..............

காபி..........காபி என கத்துகிறான் ஜெகதீபன்.

டேய், கத்தாத டா பொறுமையா இருடா தரேன் என்பார் ஜெயா.

காபியை சுடச்சுட வாங்கி குடிக்கும் போது நாக்கில் சுட்டுக்கொன்றான் ஜெய தீபன். அதைக்கண்டு தமக்கைகள் நகைத்தார்கள்.

ஒரு நாள் மாலையில் ரன்யா சைக்கிள் ஓட்ட கற்றுக் கொடுக்குமாறு கார்த்திகாவை கூட்டிக்கொண்டு போனாள். அங்கு கார்த்திகா சைக்கிளை பிடித்துக்கொள்ள குரங்கு பெடலில் ரஞ்சன்யா சைக்கிளை தட்டுத் தடுமாறி முன்னே ஓட்டிக் கொண்டு சென்றாள்.ஒரு மேடான பகுதியிலிருந்து சைக்கிளை தான் தனியாக ஓட்டி வருவதாக கூறி ரஞ்சன்யா மேலே போனால்.ஆனால் பள்ளத்தில் சைக்கிளில் வேகமாக போனதால் ரஞ்சனி அவள் கட்டுப்படுத்த இயலவில்லை. பிரேக்கை பிடித்தாலும் சைக்கிள் நிற்கவில்லை. அவள் கதி அதோகதியாகி விட்டது. வந்த வேகத்தில் நேரே சென்று மரத்தில் முட்டி சைக்கிளில் இருந்து கீழே விழுந்து எழுந்தாள்.முழங்காலில் காயம் ஏற்பட்டது.கூ கூ என்று அழுதாள் ரஞ்சன்யா.கார்த்திகா அதைப் பார்த்து கேக்க புக்க என்று சிரித்தாள்.

கோடை விடுமுறையில் கடற்கரை பக்கம் குடும்பத்துடன் சென்றார்கள்.பிள்ளைகள் மணலில் வீடு கட்டி விளையாடிக் கொண்டிருந்தன.கார்த்திகா கிணறு தூண்டுவதாக கூறி மணலில் ஆழமாகப் படித்துக் கொண்டிருக்கையில் தண்ணீர் ஊற்று எடுத்தது. மேலும் படித்துக் கொண்டே போனால் உள்ளிருந்து ஒரு நண்டு தனது கார்த்திகாவின் கையில் ஒரு போடு போட்டு விட்டது.கார்த்திகா வீல் என்று கத்திக் கொண்டு ஓடினாள்.

ஐஸ் வண்டிக்காரனிடம் ஐஸ்கிரீம் வாங்கிக் கொண்டு இருவரும் சாப்பிட்டுக் கொண்டிருக்கையில் ஐஸ்கிரீம் ரஞ்சன்யாவின் கை மற்றும் ஆடைகளில் ஊற்றி விட்டது. அவள் அதை துடைக்கும் விதத்தை பார்த்து கார்த்திகா மற்றும் ஜெயா தீபனும் சிரித்து கும்மாளம் போட்டார்கள். மிகவும் ஆனந்தமாகவும் அன்பாகவும் காலம் சென்று கொண்டிருந்தது.

எனவே குழந்தைகளின் உலகம் தனி உலகம் அல்லவா?

ஸ்ட்ரிட் ஆஃபிஷர்

சிலகாலம் கார்த்திகாவும், ரஞ்சன் யாவும் தங்களது மாமா வீட்டில் பாட்டியுடன் வசித்து வந்தனர். வார நாட்களில் அங்கிருந்து பள்ளிக்கு செல்வார்கள். அவர்களது மாமா மிகவும் கண்டிப்பானவர். சிறிது சத்தம் வந்தாலும் அவ்வளவுதான் வீடு இரண்டு ஆகிவிடும். பெண் பிள்ளைகள் அப்படி இருக்க வேண்டும், இப்படி இருக்க வேண்டும் என்ன போட்டு அறுத்துத் தள்ளி விடுவார்.

வார இறுதி நாட்களில் தங்கள் வீட்டிற்கு சென்று இரண்டு நாட்கள் நன்றாக இருந்து விட்டு ஞாயிறு மாலையில் மாமா வீட்டிற்குத் திரும்புவார்கள்.

பின்னர் சில மாதங்கள் கழித்து மாமாவிற்கு திருமணம் ஆகிவிட்டது.வந்த அத்தைக்கு ரஞ்சன் யாவும் கார்த்திகாவும் இங்கு இருப்பது பிடிக்கவில்லை.ஜாடைமாடையாக பேசினார்.

எழுத தெரியாதவனுக்கு 70 பேனா எதுக்கு?

அறுக்கத் தெரியாதவனுக்கு 60 அரிவாள் எதுக்கு?

என்றெல்லாம் பேசுவாள் அத்தை.

சாமான்களை வெடுக்கென போட்டு எடுப்பார்.சில நாட்கள் கழித்து ரஞ்சன் மற்றும் கார்த்திகாவும் தங்களது வீட்டிற்கு திரும்பி விட்டார்கள்.

மாமா வீட்டில் நடந்தது தாயார் ஜெயாவுக்கும் தெரியும் ஆகையால் பிள்ளைகளிடம் எதுவும் கேட்கவில்லை.

இதோ வந்தேன்

ரவிச்சந்திரனின் தாயார் அவரை அழைத்துச் சென்றுவிட்டார் என பார்த்தோம்.பின் அங்கு என்ன நடந்தது என்பதை தற்போது கவனிப்போம்.

ஏண்டா ரவி, நான் சொன்ன பொண்ண கல்யாணம் பண்ணி இருந்தா உனக்கு இவ்ளோ பிரச்சனை வந்து இருக்குமா? என்னோட பேச்சை கேட்காத எதுக்கு இப்போ நீ நல்லா கஷ்டப்படுற அனுபவி அனுபவி.என்றால் ரவியின் தாயார் ஜானகி.

ஒரு நாள் இரவு 8 மணி அளவில் ரவிச்சந்திரன் அத்தை அங்கு வந்தார்.அந்த நேரத்தில் ரவியின் தாயார் கடைக்கு பொருட்கள் வாங்குவதற்காக சென்றுவிட்டார். அத்தை மற்றும் மருமகனும் பேசிக்கொள்கின்றனர்.

ஏன் ரவி நீ எப்ப இங்க வந்த?

நான் எங்க அத்த வந்தேன்?

என்ன நடந்தது என்பதை ரவி விலாவாரியாக அத்தையிடம் கூறினார்.

என்ன என்ன ரவி இப்படி? உங்க அம்மாவுக்கு தான் அறிவு இல்லனா நீயுமா?

ரவி,ஜெயா உன்னுடைய காதல் மனைவி , நீயே கதி என வந்தவள்.நீ அவளை இப்படி கைவிடலாமா? உன் பிள்ளைகளை நினைத்துப்பார் பாவம் இல்லையா?பிள்ளைகளை வைத்துக்கொண்டு அவள் தனியாக எப்படி சமாளிப்பது? போ ரவி. பிள்ளை குட்டிகளுடன் மனைவியுடன் இரு ரவி போ.

மேற்கண்ட உரை நடக்கையில் ரவியின் தாயார் வந்து விட்டார்.இதைக்கண்ட ரவிச்சந்திரனின் அத்தை,

ஜானகி, ரவியை ஜெயாவிடம் அனுப்பி விடு என்றார்.

முடியாது முடியவே முடியாது என்றார் ஜானகி.

ரவி, உங்க அம்மா என்ன சொல்றது, நீ கிளம்பு மத்தத நான் பாத்துக்கறேன் என்றார் அத்தை.

சிறிது யோசனைக்குப் பின்னர் ரவிச்சந்திரன் புறப்பட்டுவிட்டார்.

டேய் ரவி, போகாதடா என் பேச்சை பேருடா போகாத நில்லு என்றார் தாயார் ஜானகி.

ரவி புறப்பட்ட நேரம் நள்ளிரவு ஆகிவிட்டது.கொழும்பு நகர வீதிகளின் இடையே ரவிச்சந்திரன் நடந்து சென்று கொண்டிருக்கையில், அந்த நள்ளிரவில் கடுங்குளிரில் சாலையோரத்தில் இரு குழந்தைகளுடன் ஒரு தாய் போர்த்த போர்வை கூட இல்லாமல் கஷ்டப்பட்டு கொண்டிருப்பதை பார்த்தார்.தான் இல்லாமல் பிள்ளைகளுடன் தனது மனைவியும் இவ்வாறு தானே கஷ்டப்படுவார் என நினைக்கையில் ரவியின் கண்களில் கண்ணீர் துளிர்த்தது.

கிட்டத்தட்ட ரவி முக்கால் மணி நேரம் கொழும்பு நகர வீதிகளின் இடையே நடந்த பின் வீட்டை அடைந்தார்.அனைவரும் உறங்கிக் கொண்டிருந்தனர் .

ரவி ஜெயாவை எழுப்பினார். ஜெயா தட்டுத்தடுமாறி கண்ணைக் கசக்கிக் கொண்டு பார்த்தால் அவளால் நம்ப முடியவில்லை. பின்னர் ரவி, ஜெயாவை கட்டி அணைத்துக் கொண்டு கண்ணீர் விட்டார்.

அழுகாதே இங்க, நீங்க வருவீங்கன்னு எனக்கு தெரியும் என்றாள் ஜெயா.

கணக்குப்பிள்ளை

கார்த்திகா மிகவும் கெட்டிக்காரி மற்றும் திறமைசாலி.காசு விஷயத்தில் ரொம்பவும் கராரானவள். பள்ளிக்குச் செல்லும் போது தினமும் அம்மா கொடுக்கும் இரண்டு ரூபாயில் ஒரு ரூபாய்க்கு தின்பண்டங்களை வாங்கிக் கொண்டு மீதம் ஒரு ரூபாயை சேர்த்து வைப்பாள்.பின் ஒரு குறிப்பிட்ட தொகை கிடைத்தவுடன் காமிக்ஸ் புத்தகங்கள் வாங்கிக் கொள்வாள். மற்றும் ஓவியம் வரையப் பயன்படும் நோட்டுப் புத்தகங்களையும் வாங்குவாள்.

கல்லூரியில் படிக்கும் காலகட்டத்திலும் இதே போன்று சிறுக சேர்த்து வைத்து பின்னர் புத்தகங்கள் வாங்கிக் கொள்வார்.கொழும்பு நகரில் உள்ள ஒரு பிரபல வணிக வளாகத்தில் தமிழ் புத்தக திருவிழா நடைபெற்றது.அங்கு சென்று கார்த்திகா பொன்னியின் செல்வன், சிவகாமியின் சபதம் ,பார்த்திபன் கனவு,மோகினித்தீவு,சோலைமலை இளவரசி போன்ற வரலாற்று நாவல்கள் மற்றும் கடல் புறா, யவனராணி போன்ற வரலாற்று நூல்களும் மற்றும் நிறைய சமூக கதைகளை உள்ளடக்கிய நாவல் புத்தகங்களையும் வாங்கி வாசிப்பு பழக்கத்தை விடாமல் தொடர்ந்து அதிகரித்துக் கொண்டே இருந்தாள்.

பரக்கும் ரசாலி

கார்த்திகா தனது இரண்டு ஆண்டு டிப்ளமோ படிப்பை முடித்து விட்டாள். இதற்கிடையில் அவளுக்கு ஒரு தலைவன் கிடைத்து விட்டான். தலைவன் என்றால் நமது தமிழ் இலக்கியங்களில் வரும் காவியத்தலைவன்.தலைவனும்,தலைவியும் இலங்கையிலுள்ள பென்பொட்டா கடற்கரையில் சந்திக்கின்றனர். பார்த்த முதல் பார்வையிலேயே தலைவி தனது மனதை தலைவன் கொள்ளை கொண்டான் என்று உணர்ந்தாள்.நமது தலைவனின் பெயர் திலீப்.அவரும் கொழும்பு நகரத்தை சேர்ந்தவர் தான்.ஒரு பக்குவமான காதலர்கள்.கார்த்திகா படிப்பை முடித்து விட்டால் அடுத்து என்ன என்று யோசிக்கலானார். திலீப் தான் மலேசியா செல்வதாக தெரிவித்தார்.மலேசியா சென்று திரும்பி வந்தவுடன் திருமணம் செய்து கொள்ளலாம் என்றும் கூறினார்.அவர் மலேசியா சென்று விட்டார்.தற்போது இலங்கையின் பொருளாதாரம் சரியில்லை.என்ன பண்ணுவது என தாயும் மகளும் யோசித்தனர்.ஜெயதி பனையும்,ரஞ்சன் யாவையும் படிக்க வைக்க வேண்டும்.

இலங்கையில் வேலை செய்தால் கட்டுப்படி ஆகாது என எண்ணினார்கள்.பின்னர் ஒரு மாதத்திற்குப் பிறகு இருவருக்கும் துபாயில் வேலை கிடைத்தது.கார்த்திகா விற்கு சீனாவைச் சேர்ந்த ஹுவாவே (HUAWEI)நிறுவனத்தில் தனிச்செயலாளர் (Personal Secratary) பதவி கிடைத்தது.தாயார் ஜெயாவிற்கு கேரளாவைச் சேர்ந்தவர்கள் நடத்தும் ஒரு நிறுவனத்தில் வேலை கிடைத்தது.

அடுத்த ஒரு வாரத்தில் இருவரும் துபாய் கிளம்ப ஆயத்தமானார்கள்.குடும்பத்தினர் அனைவரும் கொழும்பு விமான நிலையம் வந்து வழி அனுப்பினர்.ரஞ்சன் என்

கண்ணீர் மல்க தாயைக் கட்டிக் கொண்டு அழுதாள்.ஜெய தீபன் சென்று நல்லபடியாக சம்பாதித்து நாடு திரும்ப வேண்டும் என்று வாழ்த்தினான்.பின் இருவரும் உள்ளே சென்று சோதனைகளை முடித்து விட்டு எமிரேட்ஸ் விமானம் மூலம் துபாய் சென்றடைந்தனர்.விமானத்தில் போகும்போது தாய்நாட்டு நினைவுகளுடன் கண்ணீரும் கம்பலையுமாக பார்த்துக் கொண்டே சென்றனர்.

துபாய் மாநகரம்

துபாயில் வந்து இறங்கியவுடன் வானுயர்ந்த கட்டிடங்கள் எந்தப் பக்கம் திரும்பினாலும் தெரிந்தன. அவற்றையெல்லாம் பார்த்துக் கொண்டே போனார்கள்.எதிரில் வரும் கார்களில் அரபு மக்களையும் பார்த்துக் கொண்டே போனார்கள். பின்னர் தங்களுடைய பணிமனைக்கு சென்றனர்.அவர்கள் மூன்று ஆண்டு வேலை விசாவில் சென்றார்கள்.பின் இரண்டு நாட்கள் கழித்து பணியில் சேர்ந்தனர்.கார்த்திகாவின் அலுவலகத்தில் ஒரு சிலரைத் தவிர மீதி அனைவரும் சீனாவைச் சேர்ந்தவர்கள்.அது ஒரு சீன நிறுவனம் என்பதால் சீனர்கள் அதிகம் இருந்ததில் ஆச்சரியமில்லை.அவர்கள் சீன மொழியில் பேசிக் கொண்டிருந்தது கார்த்திகாவுக்கு ஏதுமே விளங்கவில்லை.

தாயார் ஜெயாவின் அலுவலகத்தில் அது போல் இல்லை.ஏனெனில் அங்கு வேலை செய்தவர்கள் அனைவரும் தமிழ் மக்களே.நல்லபடியாக வேலைக்குச் செல்கின்றனர்.துபாய் அரபுப் பிரதேசம் என்பதால் அங்கு வெள்ளிக்கிழமை தான் வார விடுமுறை.விடுமுறை நாட்களில் தாயும் மகளும் துபாயில் உள்ள புர்ஜ் கலிஃபா (Burj Khalifa) கட்டிடம் மற்றும் துபாய் மால் (DUBAI MALL) போன்ற துபாயில் உள்ள அனைத்து சுற்றுலா தலங்களுக்கும் செல்வார்கள்.

நினைவோ ஒரு பறவை

இருவரும் துபாய்க்குச் சென்று ஓராண்டு நிறைவடைந்து விட்டது.அவர்கள் மாதாமாதம் அப்பா மற்றும் தம்பி மற்றும் தங்கைக்கு பணம் அனுப்புவார்கள்.அவர்கள் அதில் வீட்டுச் செலவு மற்றும் படிப்பு செலவினை கவனித்துக் கொள்வார்கள்.என்னதான் பணம் அனுப்பி விட்டோம் அவர்கள் நன்றாக உண்டு வாழ்வார்கள் என எண்ணினாலும் பெத்தமனம் படாதபாடு படும் அல்லவா? பல நாள் இரவில் பிள்ளைகளை நினைத்து ஜெயா கண்ணீர் விட்டு அழுவார்.கார்த்திகாவும் அப்படியே.இப்படி இருக்கையில் அவர்களுக்கு ஒரு இன்ப அதிர்ச்சி காத்திருந்தது.

அது வேறொன்றுமில்லை திலீப்பும் தற்போது துபாய் வந்து விட்டார் என்பதுதான் அது.இதில் மூவரும் மகிழ்ச்சி கொண்டனர்.மூவரும் வேறு வேறு இடங்களில் வேலை பார்த்தாலும் வார இறுதி விடுமுறையின் ஒன்று கூடிவிடுவார்கள்.கடற்கரை மற்றும் திரையரங்கு மற்றும் உணவகம் மற்றும் கேளிக்கை விடுதிகள் போன்றவற்றிற்கு செல்வார்கள்.துபாயில் இருந்து இலங்கை திரும்பிய உடன் திருமணம்தான் என்றும் பேசி வைத்துக் கொண்டார்கள்.

பர்கர் பன்

துபாயில் இருக்கும் போது கார்த்திகா புத்தக வாசிப்பு பழக்கத்தை விடவில்லை.அதேபோல் மேலும் ஒரு படி சென்று கதை ஆசிரியராக மாறி விட்டார்.கதைகள் எழுதத் தொடங்கிவிட்டார்.ஆம் எனக்கும் அவருக்கும் அப்படியே நட்பு ஏற்பட்டது.இருவரும் ஒரு யூடியூப் சேனலில் பணி புரிந்தோம்.எங்கள் இருவருக்கும் ஒரு பணி கொடுக்கப்பட்டது.அப்படியே அவர் என்னுடன் சினேகம் ஆனார்.அவர் எழுதிய பர்கர் பன் எனும் சிறுகதை என்னை கவர்ந்தது.இலங்கை மக்களின் மனநிலையை படம் பிடித்து காட்டியது அந்தக் கதை. தோழி வாழ்க!

தாய்நாடு

திலீப் 2 ஆண்டு விசாவில் துபாய் வந்தார்.அவர் தற்போது நாடு திரும்பி விட்டார்.பின்னர் பலவித போராட்டத்திற்கு பின்னர் இரண்டு மாதம் கழித்து செப்டம்பர் 2021 கார்த்திகாவும் தாய் நாடு திரும்பி விட்டார். ஆனால் தாயார் ஜெயா நீங்கள் முன்னாடி சென்று கல்யாண வேலைக்கான முன்னேற்பாடுகளை செய்யுங்கள் தான் பின்னர் வருவதாகவும் தெரிவித்துவிட்டார். கார்த்திகா இலங்கை வந்தவுடன் ஒரு நாள் தனிமையில் இருந்து விட்டு விடு சேர்ந்தார்.ஏன் என்று கேட்கலாம் அந்த ஒருநாள் தற்போது உலகம் முழுவதும் கொரனோ எனும் பெரும் பற்று பரவியிருப்பதால் அந்த ஒரு நாள் தனிமையில் இருக்க வேண்டும் என்று இலங்கை அரசின் வழிகாட்டுதல்.

வீட்டிற்கு சென்றவுடன் தம்பி தங்கையை மாறி அணைத்துக் கொண்டார் தந்தையிடம் ஆசீர்வாதம் வாங்கிக் கொண்டார். ஒரு வாரம் வீடு அல்லோஸ் களமாக இருந்தது.தினசரி விருந்துதான்.நண்பர்கள் கூட்டம் உறவினர்கள் கூட்டம் என வீடு களை கட்டியது.

தங்களை பார்த்து அவர்கள் கைகொட்டிச் சிரித்தார்கள் அவர்கள் முன்னால் தலை நிமிர்ந்து தான் யாரென்று காட்டிவிட்டால் கார்த்திகா.

காதல் TO கல்யாணம்

இந்தக் கதையை நான் எழுதிக் கொண்டிருக்கும் சமயத்தில் திலீப் மற்றும் கார்த்திகா விற்கு பொருத்தம் பார்த்து விட்டார்கள். கிட்டத்தட்ட நவம்பர் 2021 திருமணம் நடப்பது என குறித்து விட்டார்கள்.எனது ஆருயிர் தோழி கார்த்திகா என்றென்றும் தனது குடும்பத்தாருடன் நீடூழி வாழ்க என வாழ்த்துகிறேன்.

" அற்புதமான நாவலுக்கு

போடப்படும் அழகான

முன்னுரையே திருமணம்"

இனிய திருமண நல்வாழ்த்துக்கள் உடன்பிறவா சகோதரியே.

எண்ணுவது இழுக்கு

நாலாபுறமும் மலை கள் சூழ்ந்திருக்க , அழகிய முக்கனி தோப்புகள் நிறை ந்திருக்க , வாகை மரங்களால் சூழப்பட்ட அழகிய வீட் டில் குவா குவா சத்தம் கேட்கிறது. ஓர் ச ௌந்தர்யமே உருவெ டுத்ததாய் பெ ண் தே வதை

பிறக்கிறாள். அவள் அந்த வம்சத்தின் முதல் வாரிசு. அவளுக்கு மே னகா என பெயர் இடுகிறார்கள்.

ஐந்தாறு தலை களை க் கொண்ட பெரிய குடும்பம் அது. மேனகாவை தொடர்ந்து ஆறு, ஏழு பிள்ளைகள் பிறக்கின்றன. சில ஆண் , சில பெண். மஞ்சள் வயல்

வெ ளிகளிலும்,நெ ல் வயல்களின் உடே யும், வாழைத்த தோப்பிலும் சீராடி அனைத்து பிள்ளை களும் வளர்கின்றன. அனை வரும் கிட்டத்தட்ட பதின்மவயதை அடைகின்றனர்.

அந்த வம்சத்தில் முதன்முறை யாக ஏழாம் வகுப்பை யும் தாண்டி கல்லூரி வரை செ ல்லும் முதல் ஆள் மேனகா. கல்லூரி இறுதி ஆண்டு சென்று

கொண்டிருந்தால் மேனகா. கல்லூரி நகரத்தில் இருப்பதால் மேனகா தனது கிராமத்தில் இருந்து பே ருந்தில் கல்லூரிக்குச் செல்வாள்.

இரண்டாங்கட்டி வயதில் யார் சொல்வதும் நம் காதுகளில் ஏறப்ப போவது

கிடையாது. அதுப்போலவே மேனகாவிற்கும். முதல்
இரண்டு ஆண்டுகள் ஒழுங்காகவே சென்றாள். அந்த
இரண்டு ஆண்டுகளில் மே னகாவினுடை ய

தோழிகள் தத்தம் காதலர்களுடன் சல்லாபம் செய்து
கொண்டிருப்பார்கள்.

காதலனை கற்பனையோடு வர்ணிப்பார்கள். கொஞ்சிக்
குலாவுவார்கள்.

சிலர் தன் மனதை கவர்ந்தவனுடன் உல்லாச பயணம்
மேற்கொள்வார்கள். நம்ம ஊர் பேருந்துகளில் தான் என்ன
சில்மிசங்கள் நடக்கும் என நமக்குத் தெரிந்ததே .இவை
அனைத்தையும் கண்டு கொண்டிருந்த மேனகாக்கும் ஒரு

கட்டத்திற்கு மேல் சஞ்சலம் ஏற்பட்டுவிட்டது. நமது
தோழிகள்

அனைவருக்கும் காதலர்கள் நமது தோழிகள்
அனைவருக்கும் காதலர்கள்

உள்ளார்கள். ஆனால் நமக்கு ? இதை வைத்து அவளுடை ய
தோழிகள்

அவளை கேலி செய்வார்கள்.

பேருந்து நிலை யம் , கடைகள் , உணவகம் போன்ற போது
இடங்களில்

இளைஞர்கள் , இளைஞிகளை `சை ட்` அடிப்பது வழக்கம்.
இதே போல்

மேனகாவை யும் பலர் சை ட் அடித்ததுண்டு. ஆனால்
மேனகா அவர்களை

கண்டு கொள்ள மாட்டாள். ஆனால் இப்போத மேனகாவின் மனம் சஞ்சலம் அடைந்துவிட்டதால் யார் அவளைப் பார்த்தாலும் வெட்கித் தலை குனிவாள்.

ஒருநாள் மே னகா தனது தோழிகளுடன் கடை வதீகளில் உலாவிக் கொண்டிருக்கும் போது ஒரு வாலிபன் பைக்கில் கூலிங் கிளாஸ் , கையில் காப்பு , இன் சர்ட் பண்ணி , ஷீபோட்டுக் கொண்டு பக்காவாக பவனி வந்தான்.

மே னகாவின் நட்பு கூட்தை ப் பார்த்தவுடன் பை க்கில் இருந்து இறங்கி பைக் டேங்க் கவரில் வை த்திருந்த ரோஜாமலர் , டெ ய்ரி மில்க் சாக்லெ ட்டை

எடுத்துக் கொண்டு மேனகாவை நெருங்கி வந்தான்.

ஹாய், ஐ அம்ஹாரிஸ்.

யூ, மேனகா அம் ரை ட்.

ரோஜா பூவையும் , சாக்லேட்டையும் கொடுத்து ஐ லவ் யூ மேனகா. யூ ஆர் மை

குயின் ஆஃப் மை ஹார்ட் என்று கூறினான்.

மே னகாவிற்கு என்ன செ ய்வதெ ன்றே தலை கால் புரியவில்லை . பிரமித்துப்போய் நின்றாள்.

ஐ நோ. ஜஸ்ட் ரிலாக்ஸ்.டெ க் டை ம்.

டெல் மீடுமாரோ யுவர் ஆன்சர்.

மேற்கூறிய உரையாடல் முடிந்ததும் அனைவரும் அவரவர் வீட்டிற்கு செ ன்று

அன்றாட வேலை களைப் பார்க்கத் தொடங்கினர்.

மேனகாவுக்கு மட்டும்

வே லை புரியவில்லை . ஏன் என்று வாசகர்கள் ஊகித்து இருப்பீர்கள். மேனகா

அதையே நினைத்துக் கொண்டிருந்தாள்.

மேற் கொண்டு என்ன செய்யலாம் என்று எண்ணிக் கொண்டே ஒரு வாரம் ஓடிவிட்டது.

ஒரு நாள் கல்லூரி சாலை யில் மே னகா நடந்து வந்து கொண்டிருந்தாள்.

எதிரில்ஹாரிஸ் வந்தான். ஒருவரை ஒருவர் பார்த்துக் கொண்டனர். அவர்களுக்குள் கண்ணில் வார்த்தை பரிமாற்றம் நடந்தது. உடனே ஹாரிஸ்

மேனகாவின் கை யை ப் பிடித்துக் கொண்டு ' யு ஆர் மை வை ஃப்' என்றான்.

மேனகா நாணத்தால் தலை குனிந்தாள்.

அடுத்த நாள் இருவரும் உணவகத்தில் ஒன்றாக உணவருந்தி கொண்டிருந்தார்கள். பூங்கா , கடற்கரை , சினிமா தியேட்டர் எல்லாம் சென்றார்கள்.

ஏய் இரு மேனகா என்ன முடிவு சொன்னா? என வாசகர்கள் கேள்வி

எழுப்பலாம். மேனகாவின் மனவோட்டம் எவ்வாறு இருந்தது என்பது அனைவரும் அறிந்ததே . ஆகையால் அவள் என்ன முடிவெடுத்து இருப்பாள் என்பது சொல்லித் தெரிய வேண்டியதில்லை .

ஹாரிஸும், மே னகாவும் ஆனந்தமாக காலங்களுக்கு
கொண்டிருந்தார்கள்.

இந்த விஷயம் எல்லாம் ஒரு நாள் மே னகாவின்
வீட்டாருக்கும் தெ ரிய

வருகிறது. 'இதை இப்படியே விட்டால் சரிப்படாது' என்றார்
மே னகாவின்

தந்தை .

'நம்ம தங்கச்சி பை யனுக்கு கட்டி வச்சிடலாம்' வேலை க்கு
போறான் நல்ல

சம்பளம் வாங்குகிறான், சொந்தமா வீடு இருக்குது
அவனுக்கு கட்டிவை டா ,

என்றார் மேனகாவின் பெரியப்பா.

நாங்க எது செ ஞ்சாலும் உன் நல்லதுக்குதாண்டி
செய்வோம், ஒழுங்கா உன் அத்தை மவன கட்டிக்க
அதுதான் நல்லது. அத விட்டுட்டு கண்ட நாய் கூட
ஓடிப்போனா கஷ்டப்பட போறது நீதான், என்றாள்
மேனகாவின் தாயார்.

ஹலோ,ஹாரிஸ் எங்க இருக்க ?

வீட்ல தாண்டி , ஏன்?

என்ன உடனே கல்யாணம் பண்ணிக்க.
ஏன் என்னாச்சு?

அதெ ல்லாம் உனக்கு எதுக்கு?,என்ன இப்பவே கல்யாணம் பண்ணிக்க.

நோ சான்ஸ்.

ஏண்டா அப்படி சொல்ற?

அப்புறம் வேற என்ன சொல்ல?

நீதான என்ன லவ் பண்றேன்னு சொன்ன?

ஆமா. அதுக்கு என்ன?

அப்ப என்ன கல்யாணம் பண்ணிக்க.

நோ, நான் உன்ன லவ் பண்றே ன் நான் சொன்னேன் .கல்யாணம் பண்ணிக்கிறேன்னு சொல்லலை யே !

என்ன பாத்தா உனக்கு எப்படி தெ ரியுது?

நீஒரு ஹாசு னு தெரியுது!

ஏய் , நீமட்டும் இப்ப என்ன கல்யாணம் பண்ணிக்கலனா போலீஸ் ஸ்டேஷனில் கம்ப்ளை ன்ட் பண்ணி விடுவேன். லெட்டர் எழுதி வைத்துவிட்டு

தற்கொலை பண்ணிக்குவே ன். என் சாவுக்கு நீதான் காரணம்னு வீடியோ

எடுத்து வச்சுட்டு செத்துருவேன்.

இவ்வாறு மே னகா கூறியதும்ஹாரிஸ் விழி பிதுங்கி நின்றான்.

ஏய் என்ன சொல்ற ஓகே வா?

தமிழன் தினா

செய்வதறியாமல் நின்றஹாரிஸ் பயந்து போய் சரி, வா
என்றான்.

மேனகா சரியான நேரம் பார்த்து வீட்டிலிருந்து தப்பி
விட்டால்.இருவரும் நகரில் உள்ள முருகன் கோவிலில்
திருமணம் செ ய்து க ொண்டனர்.

திடீரென்று திருமணம் செய்து கொண்டதால்
சம்பிரதாயங்கள் எதுவும்

நடை பெறவில்லை . மஞ்சள் கிழங்கை கோர்த்த தாலியை
கட்டினான்

ஹாரிஸ்.நண்பர்கள் யாரும் உடன் இல்லை .இவர்கள்
இருவர் மட்டுமே

தன்னந்தனியாக திருமணம் செ ய்து க
ொண்டனர்.கல்யாணம் முடிந்ததும்

இருவரும் வீட்டிற்கு சென்றனர். வீட்டின்
வாசலில்ஹாரிஸின் பைக்

நின்றது. வீடானது மிகச்சிறியது. ஒரே ஒரு அறையை
மட்டும் கொண்ட வீடு அது. சமை ப்பது , தூங்குவது ,
படிப்பது மற்ற அனை த்தும் அந்த ஒரே

அறையில் தான்.

ஹாரிஸ் ஒரு தனி மனிதன். அவனுக்குத் தாய் தந்தை யர்
கிடை யாது. அருகில் உள்ள பைக் சேல்ஸ் கம்பெனியில்
வேலை பார்க்கிறான். என்ன வருமானம்

கிடை க்கும் என்பது நாம் அறிந்ததே .

மேனகாவின் தாயார் வீட்டில் அனை வரும் கடும் கோபத்தில்

உள்ளனர். மேனகாவின் தாயார் விம்மி விம்மி அழுது கொண்டிருந்தாள்.

சனியன் இப்படி பண்ணிட்டு போயிட்டா பாருங்க, என்றாள் மேனகாவின் சித்தி. நம்ம பேச்சை கே ட்காமல் போய்ட்டாள்ள…..பட்டாத்தான் புத்தி வரும், என்றாள் மேனகாவின் அத்தை .

குடும்பத்த ோடு ஆற்றங்கரை க்கு சென்று மே னகாவை தலை முழுகி விட்டார்கள். மேனகாவிற்கும்ஹாரிஸுக்கும் ஆரம்ப காலகட்டத்தில் நன்றாகவே ஆனந்தமாய் வாழ்க்கை செ ன்றது. நாளாக ஆக வருமானம் பற்றவில்லை போதாகுறை க்கு ஒரு குழந்தை வே று பிறந்துவிட்டது. வாழ்க்கை யை ஓட்டுவது மிகவும் கடினமாகிவிட்டது.

பொருளாதார நெ ருக்கடி, மனவுளைச்சல் காரணமாகஹாரிஸ் குடிப்பழுக்கத்திற்கு அடிமை யாகி விட்டான். ஒழுங்காக வேலைக்கு செல்வதில்லை . போதை யில் வம்பு இழுத்துக் கொண்டு வந்துவிடுவான்.அதை

சமாளிப்பதற்கு நேரம் போதவில்லை மேனகாவிற்கு.

பொருளாதார சிக்கல், கணவனின் நிலைமை மற்றும் குழந்தையின்

காரணமாக மேனகா வேலைக்கு செல்லத் தொடங்கினாள்.

ஹாரிஸ் குடிக்கும் குடித்தனமுமாக வீட்டிலேயே இருந்துகொண்டு

குழந்தை யை பார்த்துக் கொண்டான்.மேனகா வீட்டு

செலவை எல்லாம்

பார்த்துக் கொண்டாள். மேனகா ஹாரிஸிடம் பணம் கொடுக்காததால் வீட்டில்

உள்ள அனை த்து பொருட்களையும் அடகு வைத்து குடிக்கலானான்.

மேனகாவிற்கு என்ன செய்வதென்றே புரியவில்லை . மூலையில் உட்கார்ந்து

கொண்டு கண்ணீர் வடித்துக் கொண்டிருந்தாள்.

நான் இவனுடன் வராமல் வீட்டில் சொன்ன மாப்பிள்ளை யை கட்டியிருந்தால் ?என எண்ணினாள்......இனி எண்ணுவது இழுக்கு.

நன்றி.

சிந்தியுங்கள் செ யல்படுங்கள்.

www.ingramcontent.com/pod-product-compliance
Lightning Source LLC
LaVergne TN
LVHW092036190726
843493LV00002B/703